AF360547

சிப்பாயின் காதலி

சக்தி பாஸ்கரன்

ஏலே பதிப்பகம்

சிப்பாயின் காதலி
ஆசிரியர் © **சக்தி பாஸ்கரன்**

முதற்பதிப்பு 2021
பக்கங்கள் 36

புத்தகத்தின் முழு உரிமையும்
ஆசிரியருக்கே சொந்தமாகும்
©Sakthi Baskaran

ISBN 978-93-5533-047-5

புத்தகம் வெளியிடு
ஏலே பதிப்பகம்
aelaypublish@gmail.com
phone – 9944992571

Aelay Publish
www.aelaypublish.com

ஆசிரியர் குறிப்பு

நான் **சக்தி பாஸ்கரன்.**

தற்போது இரண்டாம் வருட உளவியல் மாணவி. பிரதிலிபி என்னும் தளத்தில் பண்ணிரண்டாம் வகுப்பு படிகையிலேயே சிறிய சிறிய கவிதைகளை ஆர்வமிகுதியில் கிறுக்கிக்கொண்டு இருந்தேன். கதைகள் படிபதில் இருந்த அதீத ஆர்வத்தால் அதை எழுதவும் துவங்கினேன். இதுவரை மூன்று சிறுகதைகளும், ஒரு கவிதை தொகுப்பும் எழுதியுள்ளேன். இது எனது முதல் அச்சு புத்தகம். நிறைகுறைகளை நிச்சயம் தெரிவிக்கலாம். ஆக்கபூர்வமான விமர்சனங்கள் வரவேற்கப்படுகின்றன.

விமர்சனங்களுக்கு sakthi2102001@gmail.com என்ற முகவரியில் தொடர்புகொள்ளலாம்.

நன்றிகள்,
சக்தி பாஸ்கரன்

முகவுரை

காதல் பலவகையாம். குழந்தை பருவ காதல், பருவ வயதில் காதல்,

சொல்லபடாத காதல், ஒருதலை காதல், தோல்வியுற்ற காதல், ஆன்லைன் காதல் என்று சொல்லிக்கொண்டே போனால் பட்டியல் தான் நீளும்.

அதிலும் இப்பொழுதெல்லாம் லாக்டவுன் காதல் வரை காதல் முன்னேற்றம் கண்டுவிட்டது. இவை அனைத்திலும் முக்கியமாக கருத்தப்படுவதே காதல் தானே. எந்த வித காதல் ஆக இருந்தாலும் காதல் சொல்லப்படுவது எத்தனை முக்கியம் என்பதை நாம் எல்லோரும் அறிவோம். நேரம் கடத்தி, "அவனை கொஞ்ச நாள் அலைய விடலாம்", என்று பெண்களும், "அவளுக்கு கொழுப்பு கொஞ்சம் அதிகம் டா மச்சான். கொஞ்சநாள் பின்னாடி சுத்தட்டும்", என்று ஆண்களும் விளையாட்டாய் இருபதற்கெல்லாம் வினை ஒன்று வரும் என்பதையும் அறிந்திருக்க வேண்டும்.

காதலின் ஏக்கம், காத்திருப்பு, பரிதவிப்பு, பரவசம், புரிதல், சேட்டை, சிரிப்பு, கேலி என அனைத்தையும் கண்டவள் நாயகி, காதலை காண கண்டாளா? நேரம் கூடி வர காத்த நாயகன்.. நாயகன் வென்றானோ? நேரம் வென்றதோ? உணர்ந்து படிக்க உகந்த படைப்பாய் எண்ணுகிறேன்.. உண்மை காதல் உணர வாருங்கள்.

சிப்பாயின் காதலி!

சிப்பாயின் காதலி..

புலர்ந்தும் புலராத காலை நேரம்..
சில்லென்று காத்து வீச.. அங்கு நீர்ப் பூக்கள் கோர்த்த செடி
கொடிகள் கண்களுக்குக் குளிர்ச்சியூட்ட.. அங்குச் சிலர் இங்குச்
சிலர் என்று மக்கள் அங்கங்கு தென்பட, சிலர் அவர்களின்
செல்ல பிராணியை அந்த பூங்காக்குள் வாக்கிங் கூட்டிக்
கொண்டு வந்துகொண்டிருந்தனர்..

இது கோடை எனப்படும் கொடைக்கானலில் அமைந்த ஒரு
பூங்காதான்..

அந்த இயற்கை எழில் நிறைந்த பூங்காவில் நம் நவயுக யுவதி
எழிலும் அவளுடன் சிலரும் சேர்ந்து புற்தரையில் உட்கார்ந்து
மூச்சுப் பயிற்சி செய்துகொண்டு இருந்தனர் ..

அந்த கூட்டத்தின் பெரும்பான்மை வயது முதிர்ந்தவர்களாகக்
காட்சி தந்தார்கள்.. அவர்களுக்குப் பயிற்சியாளராக அங்கு
வீற்றிருந்தாள் எழில்..

எழில், "ப்ரீத் இன்... ப்ரீத் அவுட்.."

அவள் செய்தது போலவே அவளைப் பின்பற்றி அந்த கூட்டம்
செய்து கொண்டு இருக்க.. இடையிடையே அவள் கண்கள்
மட்டும் யாருக்கும் தெரியாமல் ஓரக்கண்ணில் பூங்காவின்
வாயிலை நோக்கி இருந்தது..

கூட்டத்தில் ஒருவன், "ஏன்மா யோகா டீச்சர்.. இங்க
சொல்லிகுடுக்கும் போது அங்க என்ன பார்வை.. !"

எழில், "என்ன கவனிக்கிறதுதான் இங்க வேலையா.?.. ஒழுங்கா பிராணாயாம செய்யுங்க.. அடுத்து கபாலபதி.. "என்று கண்டிப்புடன் கூற..

அவன், "ஆமா.. இங்க டீச்சரே செரி இல்லாதப்ப என்னத்த கபாலபதி.. அடுத்தவனை மிதிண்ணு !!"என்று சலிப்புற்றான்..

எழில், "டேய் மொட்டை.. பக்கத்துல இருக்குற தாத்தாவோட தடிலையே உன்ன பின்னப் போர பாரு.. உங்க அம்மாகிட்ட சொல்லிடுவேன்.. ஜாக்கிரதை.. "என்று அவள் கண் உருட்டி விரல் நீட்டி மிரட்டும் பொழுது.. அழகுதான் அவள்..

அவன், "சரி கா.. வுடு.. நமக்குள்ள என்ன சண்டை.. சும்மா லுலுலாய்க்கு சொன்ன.. இப்டிலாம் கோவிச்சுக்க படாது.. "

அப்பொழுது தான் அவள் கண்களுக்கு அந்த வாலிபன் புலப்பட்டான்..
பார்த்தாலே தெரியும், அவன் ஒரு கட்டிளங்காளை என்பது..
அவன் உடல்வாகு அப்படி..
ட்ராக்ஸ் பேண்ட்.. ஸ்லீவ்லெஸ் ட்ஷிர்ட், ஸ்போர்ட்ஸ் ஷூ..
காதுகளில் ப்ளூடூத் மூலம் பாடலை ஒலிக்கவிட்டுக் கொண்டு ஜாகிங் வந்தான்.. மாநிறத்திற்கும் சற்று மிகையான நிறம்.. கிளீன் சேவ் செய்திருப்பான் போலிருக்கிறது.. முகம் பளிங்குக்குப் போட்டியாய் நின்றது.. முகத்தில் ஒரு புருவம் வெட்டுப்பட்ட அடையாளத்தோடு கூராய் நின்றிருந்தது..

அவன் வந்தது தான் தாமதம்.. அவள் சிட்டெனப் பறந்து விட்டாள்..

"டேய் மொட்டை, இங்க யோகாவை முடிச்சு வச்சுட்டு வீட்டுக்கு கெளம்பு, எனக்கு முக்கியமான ஒரு வேலை.. நாளைக்கு பாப்போம் பாய்.. "என்று ஓட்டமெடுத்தாள்..

அவன், "எங்கடா இன்னும் அந்த கட்டத்துறைய காணோம்.. இந்த கொத்தவரங்கா இன்னும் இங்க உக்காந்துருக்கேன்னு பாத்தேன்.. வந்தாச்சுல.. இன்னிக்கு என்ன பல்பு வாங்க போகுதோ அந்த அக்கா.. ஹ்ம்ம்ம "என்று அவன் வேலையைத் தொடர்ந்தான்..

எழில் தன் டீஷர்ட்டை சரி செய்துகொண்டு, ஒருமுறை அவள் கூந்தலையும் கோதியவள்.. அவன் வரும் பாதைக்கு எதிர் திசை சென்று.. அங்கிருந்து சகஜமாக நடந்துவந்தாள்..

(அவனை பாக்கலையாமா.. கேசுவலா வராங்கலாமா பா..)

எதிரில் அந்த வாலிபன் வந்துகொண்டு இருந்தான்.. இவளுக்கோ அவன் வேகமாக ஓடிவரும் காலடி சத்தம்.. இவள் இதயத்துடிப்பை விட மென்மையாகத்தான் தோன்றியது.. அவள் இதயம் விட்டால் எழுந்து குதித்து மார்புக்கூட்டை விட்டு வெளியே விழுந்துவிடும்.. அவன் அருகில் வர வர.. முத்துக்களாக அந்த குளிரிலும் வியர்வை துளிகள் அவள் பிறையெனும் நெற்றியில் பூத்துக் குலுங்க..

எழில், "அடியே எழிலு.. டென்ஷன் ஆகாத.. டென்ஷன் ஆகாத.. இன்னிக்கு அவனை ஒரு வழி ஆக்கிரணும்.. ரொம்ப புலம்ப விட்டுட்டான்.. பாவிப்பய.. தூரத்துல பாத்தாலே

குப்புனு வேக்குதே.. இன்னிக்கு நானா அவனான்னு பாத்துரணும்.. "

இவ்வாறாக அவள் ஏதேதோ நினைத்துக்கொண்டு வர.. அவன் அவளைத் தாண்டியும் சென்றாகிவிட்டது..

எழில், "ஏண்டி.. இப்டி சொதப்புர.. இதுக்கு எவ்ளோ பிளான்
பண்ண.. ஹ்ம்ம் வெற்றி நமதே.. !..புடி அவனை.. புடி புடி.. "என்று

திசையை மாற்றி அவன் பின்னால் ஓடி அவனைப் பிடிக்க..
அவன் அவளை ஏற இறங்க ஒரு பார்வை பார்த்து வைத்தான்..

எழில், "என்ன ரிஷி நீங்க .. இப்டி பாத்தும் பாக்காத மாதிரி
போன என்ன அர்த்தம்.. நாம்பலாம் அப்டியா பழகீருக்கோம்..
ஒரு ஹாய் சொல்லலாம்ல.. "என்று ஈஈஈஈ என இளித்தாள்..

ரிஷி, "என்ன இவ.. கொஞ்சம் லூசுத்தனமா பண்றா.. சரி
இல்லையே.. டேய் ரிஷி.. நீதான் ஜாக்கிரதையா
இருந்துக்கணும்.. சிக்கிடாத.. "என்று நினைத்தவன்..
"ஹாய்.. "என்று மீண்டும் அவன் விட்ட ஓட்டத்தைத் தொடரப்
போக..

எழில், "திமிறு புடிச்சவன்.. என்ன பேச வரேன்னு தெரிஞ்சே
ஓடுறான்.. எவ்ளோ நாள் இவன் பின்னாடி சுத்தனுமாமா..
அவனவன் என் பின்னாடி கியூல நிக்குறாணுங்க.. இவன்

என்னமோ ஓகே சொல்ல ஓவர் ஆஷ் பண்றான்.. "என்று
நினைத்தவள்.. அடுத்து செயலிலேயே காட்டிவிட்டாள்..

எழில், "டேய் நில்லுடா.. "

சற்று அதிர்ந்த ரிஷி, "என்னது டேய் யா? "

"ஆமாண்டா.. டா தான்.. என்னடா பண்ணுவ.. "

"என்னடி ஓவரா பேசுற.. டா போடுவியா டி. "

"ஒரு பொண்ண இப்டி மனசாட்சியே இல்லாம இப்டி பின்னாடி சுத்த விடற உனக்கெல்லாம் என்னடா மரியாதை.. இதுல இண்டியன் ஆர்மி கேப்டன் வேற.. "

"இப்போ உனக்கு என்னடி வேணும்.. நானா உன்ன என் பின்னாடி சுத்த சொன்ன.. நீயா லூசு மாதிரி சுத்துற.. அதுக்கு நா என்ன பண்ண முடியும்..?? "

"என்னது லூசா"

"ஆமா பின்ன இல்லையா?"

"ஆத்தி.. இவன் என்ன இப்டி பாயுறேன்.. செரி பரவால்ல லூசுன்னு தானே சொன்னான். வேற எதுவும் கேவலமா சொல்லலையே. அதுவரைக்கும் சந்தோசம். என்ன பண்றது.. சமாளிச்சுதான் ஆகணும்.. "

எழில், "இங்க பாரு ரிஷி.. நல்ல கேட்டுக்கோ..
ட்டுக்கோ..
க்கோ..
கோ.. "
(அவள் எக்கோ தான்..
வேறொன்றும் இல்லை..)

ரிஷி, "என்ன சவுண்ட் எபக்ட்ஸ் ஆஹ்.. "

"ஹீஹீஹீ.. லைட் ஆஹ்.. "

"என் தலை எழுத்து."

"உன் தலை எழுத்துல, என் பெரும் சேத்துதா எழுதிருக்கு.. கவலை வேண்டாம் செல்லம்"

"என் கவலையே அதுதான்.. செல்லம் கில்லம்னு கொஞ்சுன கன்னம் பழுத்துரும். ஐயோ படுத்துறாளே..."

"ரொம்ப சலிச்சுக்காத.. உனக்கு ஏன் புரியவே மாட்டேங்குது.. நா இன்னும் என்ன பண்ணனும்னு எதிர் பாக்குற.. சரியான மாங்கா மடையன்.. ச்ச.. "

"விட்டன்னா வாயு கிழிஞ்சுரும்.. "

"கிழிப்ப கிழிப்ப.. அது வரைக்கும் கந்த சஷ்டி கவசம் பாடிகிட்டு இருப்பனா.. ஆசை தான்.. "

"ப்ச்ச்ச்.. இங்க பாரு எழில்.. என்கூட வாழறேதெலாம் கஷ்டம்.. என் வேலைக்கு.. நான் கல்யாணமே பணிக்க வேண்டாம்னு இருக்க.. நா அங்கையும் நீ இங்கையும் இருந்துகிட்டு.. வருஷம் ஒரு தடவ மட்டும் வந்துகிட்டு.. எல்லா பொண்ணுங்களும் லைப்ல எதிர் பாக்குற சின்ன சின்ன சந்தோசங்கள உன்கிட்ட இருந்து புடிங்கிகிட்டு.. உன்ன இங்க தனியா விட்டுட்டு நா அங்க எப்படி இருப்ப.. யோசி.. புரிஞ்சுக்கோ.. ஸ்ஸ்ஸ்ஸ்.. முடில.. கொஞ்சம் மூச்சு விட்டுக்குறேன்.. "

அவன் தன்னை மனைவி என்னும் இடத்தில் நிறுத்தி பேசுவதே அவளுக்கு குஷியாக.. அவன் தனக்காகத்தான் வருந்துகிறான் என்ற எண்ணமும் கூடவே சேர்ந்து அவளுக்கு ஏக போக குஷி.. (நம்மாளு சும்மா இருக்குமா.. நெவெர்..)

"என்னையும் கூட்டிட்டு போன ரெண்டடி கொறஞ்சுருவியா..???"

"ஏது.. உன்ன கூட்டிகிட்டு போகணுமா..??
நான் என்ன சொல்லிக்கிட்டு இருக்க.. இவ்ளோ சீரியஸ் ஆஹ்
பேசிகிட்டு இருக்க.. அடிங்கு.."

"அப்போ எனக்கு அங்க ஒரு வேலை வாங்கித்தா.. காட்டுலையும்
மலையையும் உலவிக்கிட்டு குளிர்ல சுத்த ஜாலியா இருக்கும்ல..
ஹனி மூன் செலவு மிச்சம் !"

"என்ன காட்டுல சுத்த ஜாலியா இருக்குமா.. வேலை தான
வேணும்.. அங்க அனகோண்டாவுக்கு அன்றாயர் மாட்டுற
வேலை இருக்கு செய்யுறியா.. சிபாரிசு பண்ற.. "

"குன்பூ பாண்டாவ குளிப்பாற்ற வேலைனாலும் செய்யுவன்.. ஜம்
வெரி டெலெண்டெட் யூ நோ.."

"நீ பேசின சரிப்பட்டு வர மாட்ட.. உன்னைஆஆ.."

"அய்யயோ.. ஆயுதத்தை தேடுறானே.. வன்முறை வேண்டாமே
செல்லம்.. "என்று அவனை இன்னும் உசுப்பி தான் விட்டாள்..

(ஆத்தி.. இங்கு இவர்கள் இருவரும் குழாய் அடி சண்டை போல்
அடித்துப் பிடித்து உருளுவதற்குள்... யாராச்சும் அவங்கள போய்
புடிங்கய்யா... ஏதாச்சும் சம்பவம் ஆச்சுன்னா, அப்புறம் லவ்
ஸ்டோரி ட்ராஜெடி ஸ்டோரி ஆகிற போகுது..
க்க்குக்கும்ம்... ஆல்ரெடி அதுங்க லவ் பண்ணாம காமெடி
பண்ணுதுங்க.. கருமம்.. இதுங்கள வச்சுக்கிட்டு உறுப்புடிய ஒரு
குட்டி லவ் ஸ்டோரி எழுத முடியுதா.. எங்க இந்த எழில

காணோம்.. ஓடிட்டாளா.. தப்புச்சா.. அவனை உசுப்பேத்துறதே வேலையா வச்சுக்கிட்டு இருக்கா.. போற போக்குல ஏதோ சொல்லிட்டு போறாளே..)

எழில், "டேய் ரிஷி.. மாங்கா மடையா.. ஈவினிங் வெயிட் பண்ணுவ..வந்துரு.. "

ரிஷி, "இவ ஏன் தான் இப்டி இருக்காளோ தெரில.. பேசாம அவங்கம்மா கிட்ட பேசுறதுதான் நல்லது.. "
என்று மனதுள் நினைத்தவனாய்.. அங்கிருந்து நகர்ந்தான்.

அவன் வீட்டினுள் நுழைந்தவனுக்கு எழிலின் ஞாபங்களே ஆக்கிரமிக்க.. "ச்ச.. நம்மள இப்டி டிஸ்டர்ப் பன்றாளே.. "என்ற கவலையும் தொற்றிக்கொண்டது பாவம்..

அவன் அம்மா பரிமளம், "டேய்.. சொல்ல மறந்துட்ட.. நம்ப எழில் இருக்கால்ல.. அவ எங்கையோ சாயங்காலமா போகணுமா.. எதோ சர்டிபிகேட் வாங்க போகணுமாம்.. தொணைக்கு உன்ன அனுப்பணும்னு கெஞ்சி கேட்டா.. அதனால.. " என்று அவர் முடிப்பதற்குள்..

இங்கு இவன் ஆரம்பித்துவிட்டான்.., "அதனாலஆஆஆ... "

"அதான் உன்ன அனுப்பி வைக்குறேன் கவலை படாதன்னு சொல்லிட்டேன்.. சரிதான்.. "

"என்ன மா நீங்க.. இப்புடி பண்ணிட்டிங்களே..
அவ கூட நா ஏன் போகணும்.. அதெலாம் முடியாது.. அவளையே போக சொல்லுங்க.. எனக்கு வேலை இருக்கு.. "

"அட அது இல்ல ராஜா.. அவளுக்கு எதோ பசங்க ரொம்ப தொல்லை குடுக்குறாங்கலாமா.. கொஞ்சம் பயந்த சுபாவம் வேற.. நீ போனன்னு வச்சிக்கோ.. எவனும் வாய தொறக்க மாட்டான்.. அதுக்கு அப்றம் நம்ப புள்ளைகிட்டயும் வம்புக்கு வர மாட்டானுங்க.. போயிட்டு வாய்யா அம்மாகாக.. "

ஒரு நீண்ட பெருமூச்சை எடுத்து விட்டவன்.., "இப்பிடி சொல்லியே என்னையே செய்ய வச்சுருங்க.. கூட்டிட்டு போய் தொலைக்கிறேன்.. "

"தொலச்சுறாதைய்யா.. பத்திரமா பாத்துக்கோ.. நல்ல பொண்ணு.. "

" கூட்டிட்டு போறேன்னு சொல்லிட்டேன்ல.. அப்றம் என்ன அவளுக்குப் பாராட்டு மடல் ரொம்ப அவசியமா.. இதுல பயந்த சுபாவமாமா.. அவளைப் போய் இப்டி மனசாட்சி இல்லாம என்கிட்டையே இப்டி சொன்ன எப்படி.. "என்று நொந்தவன் போல்.. அறையை நோக்கிச் சென்றான்..

உள்ளே நுழைந்து பஞ்சணையில் புரண்டவனுக்கு ஏனோ எழிலை முதல் முதலாய் பார்த்தது ஞாபகம் வந்தது..

இரண்டு வருடங்களுக்கு முன்பு.. அவன் விடுமுறையில் வந்திருந்தான்.. அந்த இரவு.. அவன் அவனது ஊர் தோஸ்துகளை அழைத்துக்கொண்டு ஒரு ஆற்றங்கரைக்கு

மிலிட்டரி சரக்கோடு வந்திருக்கையில் தான் இந்த சம்பவம் நடந்தது..

அந்த அழகிய இரவில், நிலவோடு காதல் செய்து கொண்டிருந்தாள் அவள்.. சில்லென்ற தென்றல் அவள் தேகம் தழுவிச் செல்ல.. தள்ளி நின்ற மரங்களுக்கும் ஏனோ அவளைத் தழுவ ஏக்கம் தான் போல.. அதுவும் அவளைத் தொட்டுவிட முடியாதா என்று வீசும் காற்றில் அவளை நோக்கி அதன் கிளைகளை நீட்டிக்கொண்டிருந்தது...
குட்டை பாவாடை அணிந்து கொண்டு குழந்தையை விட மோசமாக நம் யோகா டீச்சர், கையிலிருந்த ஐஸ்கிரீமை தின்று கொண்டிருந்தாள் என்று சொல்வதை விட.. அள்ளி அப்பிக்கொண்டு இருந்தாள் என்று சொல்வது தான் சரி..

அவள் காதுகளுக்கு எதோ ஆண்களின் சலசலப்பு கேட்க.. மெல்லச் சென்று மரத்தோடு மரமாக ஒன்றிக்கொண்டாள்..
(மரத்தின் ஆசை நிறைவேறியது)

அவள் சென்ற மறுநிமிடமே.. ஒரு பட்டாளத்தையே நண்பர்கள் என்ற பெயரில் அங்கு அழைத்து வந்திருந்தான் நம் மிலிட்டரி ஆபிசர்..

மரத்தில் மறைவாக நின்றுகொண்டிருந்த எழிலுக்கு இத்தனை ஆண்கள் இந்நேரத்தில் இங்கு என்ன செய்கிறார்கள் என்ற எண்ணம் வேறு..

எழில், "செரி என்னதான் செய்யுறானுங்கனு நின்னு பாப்போம்.. கொஞ்சம் என்டெர்டைன்மென்ட்டா இருக்கும்.. "

அந்த கும்பல் அப்படியே வட்டமாக உட்கார்ந்து அரட்டை கச்சேரியை ஆரம்பித்தது..

அதை அனைத்தையும் எழில் ஒட்டுக் கேட்டு கவுண்டர் அடிக்க ஆரம்பித்தாள்..

அதில் ஒருவன், "டேய், மிலிட்டரி மாங்கா.. சரக்கு குடுத்தா போதுமா.. வேற எதுவும் இல்லையா... " என்று இழுக்க.. ரிஷி ஒரு பார்வை.. அவன் கப்சிப்..

எழில், "ஏன் இவனுக்கு ரம்பையும் ஊர்வசியும் வந்து ஆடணுமாமா.. தகர டப்பா.. மூஞ்சிய பாரு.. "

இன்னொருவன், "டேய் மச்சான்.. அப்போ எதுனா கேம் விளையாடிகிட்டே என்ஜாய் பண்ணுவோம்.. என்னடா சொல்றிங்க எல்லாரும்.. ? "

எழில், "ஆகா.. இது பாயிண்ட்.. நல்ல ஐடியா குடுக்குறானே.. மேல சொல்லு ராசா.. "

அதில் இன்னொருவன், "ஐடியாளா ஓகே தான்.. ஆனா என்ன விளையாடலாம்..?"

எழில், "பாக்குற எனக்குப் போர் அடிக்கலைனா.. எதுனாலும் ஓகே.. "

முதலாமவன், "காலம் காலமா கூட்டம் கூடுனா விளையாடுறது ரெண்டு கேம் தான்.. ஒன்னு அந்தாக்ச்சினி.. இல்லனா டிரூத் ஆர் டேர்.. என்ன சொல்றிங்க கைஸ்.. "

எழில், "அட நாசமா போனவனே.. ச்சை இதுக்கு போய் ஆர்வமா மரத்துக்குப் பின்னாடி ஒளிஞ்சு நின்னு வேற பாத்துகிட்டு இருக்க.. "

இரண்டாமவன்.. "அட போடா.. ஏதாச்சும் இன்ட்ரெஸ்டிங்கா பண்ணனும்.. "

"அதுக்கு உன்ன கொலை தான் பண்ணனும் "

"டைமிங் கரெக்ட் தான் மச்சான்.. ஆனா உன் கவுண்டர் தான் நல்லா இல்ல.. "

"நீ மூடு.. எனக்கு தெரியும்.. "

எழில், "அப்போ ஒரு நாயிக்கும் ஒன்னும் தெரியாது.. சரியான மங்கூஸ் மண்டையயனுங்க.. "

"டேய் உறுப்புடியா ஏதாச்சும் சொல்லுங்க டா.." என்று சற்று ஆவேசப்பட்டு.. வெளியே குதித்துவிட்டாள்..

அனைவரும் அவளைச் சற்று வினோத்தாமாக பார்க்க.. சிலர் அவளை நடு சாமத்தில் வந்த மோகினிப் பிசாசாகவே நினைத்துக் குதித்து ஆர்ப்பாட்டம் செய்ய.. சற்று நேரத்தில் கொஞ்சம் அந்த இடம் அமைதி சூழ்ந்து நின்றது..
அவளோ ஒன்றுமே அறியாத சின்ன பாப்பாவை போல் முகத்தை வைத்துக்கொண்டு திரு திருவென என்ன சொல்வதெனத் தெரியாமல் முழிக்க.. அந்த முழியில் ஒருவன் சிக்குண்டு தவித்துக் கொண்டிருக்கிறான்... பாவம்..

அந்த நிலவொளியில் அவளது முகம் பளிங்கியாய் மின்ன.. அந்த ஒளியிலும் அவள் கண்கள் அத்துணை பிரகாசம் காண்பித்தது.. நிலவுக்குப் போட்டியாக..

ஒருவன், "டேய் மச்சா.. யாருடா இந்த பொண்ணு.. எப்படி டா வந்தா.. இதென்ன பேயா.. ஐயோ மச்சா.. நான் இன்னும் வாழ வேண்டிய வயசு டா.. இன்னும் கன்னி கூட கழியிலை.. இப்பிடியே செத்தா எனக்கு சாந்தி கெடைக்காதுடா.."

நினைவு திரும்பியவனாய் ரிஷி, "ஹே.. நீ யாரு.. எப்பிடி இங்க வந்த.. உனக்கு இங்க என்ன வேலை..?"

எழில், "ஓஹோ.. இதென்ன உங்க தாத்தா உனக்கு எழுதி வச்ச சொத்தா.. இங்க யாரு வேணுனாலும் வரலாம்.. எனக்கு இங்க ஆயிரம் வேலை இருக்கும் உனக்கென்ன.. உன் வேலைய பாரு போ.. பெருசா பேசறான்..."
ரிஷி, "இத்தன ஆம்பளைங்க இருக்கோம்.. அதுவும் கையில சரக்கோட.. உனக்கு கொஞ்சம் கூட பயம் இல்லையா..?? இப்டி பேசுற."

அதைக் கேட்டவளுக்குச் சிரிப்பு எங்கிருந்து வந்ததோ தெரியவில்லை.. சிரிப்பென்றால் சிரிப்பு அப்டி ஒரு சிரிப்பு பா..

பார்த்தவர்கள் சற்று கடுப்பாக..
கூட்டத்தில் ஒருவன்.., "அவளைக் கட்டி போடுங்கடா.. ஓவரா பண்றா.."

எழில், "யாரு நீங்க.. என்ன கட்டிப் போட போறிங்களாக்கும்.. சிரிப்பு மூட்டாத கொழந்த... போ போ போய் பீர் அடி.. " என்று நடக்கப் போக..

ரிஷி, "இன்னிக்கு உன்ன நல்லா உபசரிச்சுதான் அனுப்ப போறோம்... கவலை படாத.. "என்று அவளை நோக்கி நடக்க..

எழில் மனதோ, "இவனுங்க மூஞ்சிய பாத்தா எதுவும் கிறுத்தனமா பண்ண மாட்டானுங்க.. சரியான கேனையனுங்கனு... பட்சி சொல்லுது.. ஆனா இந்த லீடர் பய முளிக்குற முழியே செரி இல்லையே.. முழுங்குற மாறி பாக்குறான்.. பீ கேர்புல் எழிலு.. "என்று பின்னே நடக்கத் தொடங்கினாள்..

இவனும் விடாமல் முன்னேற.. நம்ம யோகா டீச்சர் ரிஷியை ஆத்துல ஒரே தள்ளா தள்ள.. அவன் சும்மான்னு இல்லாம அவளையும் இடுப்போடு வளச்சு சுருட்டிக்கிட்டு சேத்து உள்ள இழுக்க.. ரெண்டும் போயும் போயும் அந்த குளிரிலையும், அந்த நைட் நேரத்துலையும் தான் இப்டி ஒடுக்கா உளுந்து ரொமான்ஸ் பண்ணனுமா.. செரி விடுங்க அதுங்க தலைல நாலு நாள் ஜலதோஷம் காச்சலுனு படுத்து கெடக்க எழுதி இருந்தா யாரு மாத்த முடியும்..

அதுக்கப்பறம் என்ன நம்ம அம்மணி அப்படியே எஸ் ஆகிருச்சு.. இவன் அவளைத் தேடி முளிக்குறான்..

அடுத்து இரண்டு நாளைக்குள்ள ஆவ வேற யாரும் இல்ல ரிஷி அம்மா பரிமளத்தின் உயிர் சிநேகிதி பிரபாவதியின் மகள்தான் என்றும்.. அவளது தந்தை ராணுவத்தில் பணிபுரிந்தவர் என்றும்,

அவர் நான்கு ஆண்டுகளுக்கு முன்பு ராணுவத்தில் குண்டடிபட்டு உயிர் பிரிந்தார் என்றும்.. அந்த குடும்பமே ராணுவம் என்றால் சற்று நடுங்கத்தான் செய்வார்கள் என்றும் தெரிந்து கொண்டான்..

அந்த நொடியே அவன் நெஞ்சுள் துளிர்த்த ஈர்ப்பை வேரோடு அறுத்தெறிய எண்ணினான்.. ஏனோ அவனால் இயலாமல் போனதென்னவோ உண்மை தான்.. நாட்கள் நகர நகர.. அவள் இவர்கள் வீட்டுக்கு மிகவும் நெருக்கமாகிப் போனாள்.. அவள் சிரிப்பு.. அவள் குறும்பு.. அவள் கச்சிதமான இடை வளைவு.. அவள் நவரசங்கள்.. அவள் வாய்பேசும் அழகு.. அவள் கழுத்தின் கீழ் உள்ள மச்சம்.. அனைத்திலும் மேலாக.. அவள் கண்கள்.. அதுவே இவன் காதலில் கட்டுண்டு தவிக்க போதுமான காரணங்களாக இருந்தது..

"அந்த சிரிப்பும் சந்தோஷமும் அவள் முகத்தில் என்றும் நிலைத்திருக்க வேண்டும்.. அவள் வாழும் வாழ்க்கை என்னால் எந்த நிலையிலும் நிலை குலையக் கூடாது ... உயிருக்கு உத்தரவாதம் அளிக்கும் வாழ்க்கை அல்லவே என்னுடையது.. எனக்கெதற்கு இந்த காதல் கன்றாவி எல்லாம்.. "என்று நினைத்தவனாய்.. அவள் நினைவுகளை அழிக்க எண்ணித் தோற்றுக்கொண்டிருந்தான்..

நாழிகை நொடிகளாய் கடந்துவிட.. மீண்டும் நிகழ் உலகிற்கு வந்தான்..

அவன் எழிலை அழைக்கத் தான் சென்றான்..

அங்கு அவள் வந்தது தான் தாமதம்.. பய க்ளீன் போல்ட்..

பாலில் சந்தனத்தைக் கலந்தார் போல் இருந்த அவள் தேகத்தை கருநீல புடவை ஒன்று அழகாய் தழுவி இருந்தது.. முடியைச் சிறிதாய் ஒரு கிளிப் கொண்டு அடக்கி வைத்தவள் அவள் முடியைக் கோதிக்கொண்டே வெளியே வர.. ஆத்தி.. இவள் தேவ லோக சுந்தரி தானோ.. எனும் அளவிற்கு ரிஷியைச் சற்று ஆட்டம் காண வைத்து விட்டாள் பாவி மகள்..

எழில், "போகலாமா ரிஷி..? "

".........."

"ரிஷி போகலாமா..? "

".........."

"ஹலோ.. என்ன லுக்கு.. போலாமானு கேட்ட..? "என்று அவன் தோள்களைத் தொட்டுக் குலுக்கினாள்..

"ஹாங்.. ஆஹ்ஹ்.. போலாம் போலாம்.. ஆமா எதோ செர்டிபிகேட் தான வாங்க போனும்ணு சொன்ன.. அதுக்கு ஏன் பொடவையெல்லாம்.. "என்று எங்கோ பார்த்தவாறு கேட்டான்..

"இல்ல செர்டிபிகேட்டெல்லாம் வாங்க போகல.. என் பிரென்ட் மேரேஜ் ரிசப்ஷன்.. அதான்.. "

"அதுக்கு ஏண்டி என்ன கூப்பிட்ட.. நீயே போய்ட்டு வர வேண்டியது தான.. "

"அட சும்மா இரு.. அங்க போனா... என் பின்னாடி சுத்துற பசங்களோட தொல்லை அதிகமா இருக்கும்.. அப்றம் உன்னையும் என் பிரெண்ட்ஸ்ட அறிமுக படுத்தலாம்னு பாத்த.. அதான் உன்ன கூப்பிட்ட.. சொல்லி கூப்டா வர மாட்ட.. அதான் இப்டி.. "

"இப்போ மட்டும் என்னவா.. வர மாட்ட போடி.. "என்று திரும்பிச் செல்லப் போக..

"பரிமளம் அத்தஅஅஆஆஆ... "என்று கத்த ஆரம்பித்தாள்..
ஒரே எட்டில் அவள் வாயை வந்து பொத்தி..
"வந்து தொலையுற.. வா.. கத்தாதே.. "
என்று அவள் கூறியதற்கெல்லாம் ஆமாம் சாமி போட்டான்..

அதற்கென்று அவள் செய்த அட்டூழியங்களும் ரசிக்க தக்கன தான்..
இருசக்கர வாகனத்தில் தான் சென்றார்கள்..
பாவம் இவன் நிலைமை தான் திண்டாட்டம் .. மனதில் காதலுக்குக் கடிவாளம் இட முடியாமல் தவிக்கிறான்..

கல்யாண விருந்தினர் கூட்டத்தில் அவள் நண்பர்கள் பட்டாளம் மட்டும் தனித்து நின்றிருந்தது.. எப்படியெல்லாம் அவனை தன் காதலன் என்று சொல்ல முடியுமோ அப்படியெல்லாம் அவள் சொல்லிவிட்டாள்..

தன்னவனைத் தன்னை விட யாருக்கும் முழுதாக தெரியாது என்று காண்பித்துக் கொள்வதில் இந்த பெண்களுக்குத் தான் எத்தனை ஆனந்தம்..

அவன் ராணுவ வீரன்.. புத்திசாலி.. குழந்தை மனம்.. குரங்கு குணம்.. அவன் சிரிப்பின் போது தோன்றும் கன்னக்குழி.. அவன் உதடுகளுக்குள் ஒளிந்து நிற்கும் ஒரு தெத்து பல்.. அவன் புருவத்தில் உள்ள வெட்டு.. அவன் நடையில் உள்ள தோரணை.. அவன் கையில் உள்ள கடிகாரம்.. அவன் ஆசையாய் வாங்கிய ஷூ.. அவன் அணிந்திருந்த காப்பு.. என அனைத்தையும் அதற்கான ஒரு குட்டி கதையோடு சேர்த்து சொல்லி.. கேட்பவர்கள் காதில் ரத்தமே வந்துவிட்டது..
அப்பப்பப்பா.. அடேங்கப்பா.. முடில.. இப்போவே கண்ணு கட்டுதே.. போதும்..
இதுக்கு மேல தாங்காது..
அவன் உன் ஆளு தான் ஓதுக்குற.. அதுக்குன்னு இப்படியா..

இப்படியெல்லாம் நம்மை ஒருவர் அணு அணுவாக ரசித்திருக்கிறார்கள்.. நம்மைப் பற்றிய செய்திகளைத் தேடித் தேடி சேர்த்திருக்கிறார்கள்.. அதுவும் தான் விரும்பும் பெண்ணே தன்னை இத்துணை தூரம் நேசிக்கிறாள் என்றால்.. அந்த ஆண்மகனின் நிலையைச் சொல்லவும் வேண்டுமோ..?
இறக்கைகள் இல்லாமல் வானில் பறந்து திரிந்தான்.. என்றால் மிகையல்ல..

இதுநாள் வரை இல்லாத உறவொன்று.. அவள் மீது வேர் ஊன்றி நிற்க.. இது சரியா தவறா என்று கூட பகுக்க முடியாமல் நின்றிருந்தான் ரிஷி..

விழா முடிந்து வீடு திரும்புகையில்.. நம் ராயல் என்பீல்ட் பைக் கோளாறு செய்து விட்டது.. அந்தோ பரிதாபம்.. இரண்டு கிலோமீட்டர் நடராஜா சர்வீஸ் தான்.. ஒரு மெக்கானிக் கடையில் வண்டியை விட்டுவிட்டு நடக்க ஆரம்பித்தனர்..

பேச நினைப்பதெதுவும் வாய் வழி வர மறுக்கிறது.. மதி குழம்பித்தான் இருந்தது.. இந்த பயணம் இப்படியே தொடரக் கூடாதா என்று இருமனமும் ஏங்கத்தான் செய்தது..

ரிஷி, "எழில்.. "

எழில், "ஹ்ம்ம்.. சொல்லு "

"இந்த சாரீல அழகா இருக்க.. "

"அப்பாடா.. இப்போவாச்சும் சொன்னியே.. எவ்ளோ நேரம் வெயிட் பண்றது.. "

"ஹாஹாஹா.. அடிப்பாவி.. இத எதிர் பாத்துகிட்டு இருந்தியா..? பைத்தியக்காரி.. "

"ஆமாண்டா.. உன் மேல தான்.. உனக்குத்தான் புரிய மாட்டிங்குது.. ஹும்ம்ம்ம்.. என்ன பண்ண சொல்ற.. நான் பைத்தியக்காரிதான்.. "என்று ஒரு வெற்று புன்னகையை வீசினால்..

அதுவரை அழகாய்.. ரம்மியமாய் நகர்ந்துகொண்டிருந்த நேரம்.. சற்று வெறுமை சூழ்ந்து இருவரையும் நிந்திக்கத் தொடங்கியது..

ரிஷி, "அது வந்து... எழில்... எனக்கு இன்ட்ரெஸ்ட் இல்லனு சொன்னா........... "என்று அவன் முடிப்பதற்குள்..

"எனக்குத் தெரியும் ரிஷி.. உனக்கு எதுல இன்ட்ரெஸ்ட் இருக்கு இல்லனு.. சோ.. என்ன ஏமாத்துறதா நெனச்சுக்கிட்டு உனையே ஏமாத்திக்காத.."

மீண்டும் மௌன போர்..

ரிஷி, "அதில்ல எழில்.. இது நமக்கு செட் ஆகாது.. நீ ஏன் புரிஞ்சுக்க மாட்டிங்குற..? "

"ஹாஹா.. நா புரிஞ்சுக்க மாட்டேங்குறனா.. நல்லா சொன்ன போ.. ஏன்டா முட்டாள்.. உன் வாட்ச்.. உன் ஷூ.. இதெல்லாம் கூட நோட் பண்ணி ரசிக்கிற எனக்கு உன்ன தெரியாம இருக்கும்னு நெனைக்குரியா.."

"இல்ல எழில்.. நான் சொல்றத நல்லா புரிஞ்சுக்கோ.. இது லவ் இல்ல.. இது ஜஸ்ட் ஒரு ஈர்ப்புதான்.."

"சரி ரிஷி.. நான் சொல்றத கொஞ்சம் கேளு.. நடுல பேசாத ஓகேவா.. இது லவ் இல்லனு சொல்ற........ "

"அது இல்ல எழில்...... "

"நடுல பேசாதன்னு சொன்ன..
லுக் ரிஷி.. உன்ன எதுக்காக நான் காதலிச்ச தெரியுமா.. ஜஸ்ட் உன்னோட லுக்ஸ் அன்ட் உன்னோட ஆளுமைக்கு மட்டும் நான் மயங்குள.. உன்னோட இந்த கோவம், உன்னோட இந்த

கேரக்டர்.. அது மட்டும் என்ன உன் பக்கம் இழுக்குல..
உன்னோட இந்த வேலை.. உன்னோட கொள்கைகள்
இதெல்லாம் மட்டும் இல்ல.. இட்ஸ் நாட் ஜஸ்ட் திஸ் திங்ஸ்..
இட்ஸ் சம்திங் மோர் ஸ்பெஷல் அபௌட் யூ..

நான் உன்ன நேசிக்கக் காரணம்.. என்ன நீ வேணாம்னு சொல்லி
தவிர்க்குற அந்த காரணம் தான்.. என்ன உன்ன இன்னும்
அதிகமா லவ் பண்ண வச்சுது.. அதுவும் இல்லாம எந்த
பெண்ணுக்குத்தான் தன்னைவிடத் தன்னை அதிகமா நேசிக்கிற
ஒரு காதலன் வேணாம்னு தோணும்..

நீ என்கிட்ட சொல்லணும்னு அவசியம் இல்ல ரிஷி.. எனக்குத்
தெரியும்.. You madly love me more than i do..

அப்பறம் நீ நெனைக்குற மாதிரி எங்களுக்கு ராணுவம் ஒன்னும்
பயம் இல்ல.. பழகினது தான்.. அப்றம் நீ நெனைக்குற மாதிரி.. நீ
எனக்கு எந்த அநியாயமும் செஞ்சுற மாட்ட.. ஒத்துக்குற.. எல்லா
பொண்ணுங்களுக்கும் தன் புருஷன் தன்னோடையே
இருக்கணும்.. வாழ்க்கையோட முக்கியமான நிமிஷங்கள்ல..
சின்ன சின்ன சந்தோஷங்கள்ல கூடவே கைய புடிச்சுகிட்டு
இருக்கணும்னு ஆசை படுவாங்கதான்.. ஆனா நான் என்ன
தெரியுமா நெனைக்குற..
வருஷம் 12 மாசத்துல 11 மாசம் உனக்காக ஏங்கி காத்திருக்குற
காதல் எனக்கு அத்யாவஸ்யம்னு நெனைக்குற.. அந்த 12வது
மாசம் நீ வருவதற்கு எதிர்நோக்கி காத்திருக்கிற தவிப்பு எனக்கு
வேணும்.. அந்த நாள்.. நீ என்ன பாக்க வரும்போது.. அந்த 11
மாச ஏக்கமும் உன் மேல காதலா அள்ளி தெளிக்கணும்.. அந்த
நிமிஷத்தை.. உன் கூட வாழுற ஒவ்வொரு நொடியையும்
திகட்டத் திகட்ட ருசிச்சு அனுபவிக்கனும்..

நீ திரும்பப் போகும் போது.. மறுபடியும் 11 மாசம் கழுச்சு நீ வருவன்ற நம்பிக்கையை எனக்கு தந்துட்டு போகணும்.. எனக்கு நம்பிக்கை இருக்கு நீ வந்துருவ.. ஏன்னா.. நீ வீட்டுக்குத் திரும்ப வரக் காரணமா நான் இருப்ப.. புரிஞ்சுதா.. கேப்டன்..

அண்ட் இன்னொரு விஷயம்.. காதலுக்கும் ஈர்ப்புக்கும் வித்யாசம் தெரியாத முட்டாள் நான் இல்ல.. அப்டி நான் முட்டாளாவே இருந்துட்டு போற.. ஏன்னா இப்போகூட நீ பாக்குற பார்வைல என்னால காதல தவிர வேற எதையுமே பாக்க முடியல டா.. "என்று அவள் கூறி முடிக்க அவள் கண்களிலிருந்து இரு சொட்டு கண்ணீர் வழிந்தது..

எழில், "பாவி.. எங்கப்பா செத்தப்போ கூட நான் கண் கலங்குல.. ரெண்டு நிமிஷம் பேசினதுக்குக் கலங்க வச்சுட்டான்.. "என்று கண்ணைத் துடைத்தவாறு.. சிரித்தும் விட்டாள்..

இங்கு இவனோ சொல்ல முடியாத உணர்ச்சிகளின் பிடியில் மாயமாகி விட்டான்..

எழில், "டேய்.. பக்கம் பக்கமா இவ்ளோ பேசியிருக்க.. ஐ லவ் யூன்னு அந்த மூணு வார்த்தையை உன்னால சொல்ல முடியாதா டா.. கல்லா டா உன் மனசு.. பேசினது எல்லாம் வேஸ்ட்.. இன்னிக்கு இவ்ளோ மேக்கப் போட்டதெல்லாம் வேஸ்ட்.. கருமம் கருமம்.. ச்சை.. "என்று தலையில் அடித்துக் கொண்டது தான் மிச்சம்..

எழில், "கல்லுளி மங்கன்.. என்ன நெனைக்குறான்.. ஒண்ணுமே தெரியலையே.. மூஞ்சிய தொடச்சி வச்ச மாறி நிக்குறத பாரு.. "என்று மனதுள் ஏக போக அர்ச்சனை அவனுக்கு..

அவன் என்ன நினைக்கிறான் என்பது.. எனக்குதானே தெரியும்..

எழில்.. இத்தனை தெளிவாய்.. தன் தேவைகளையும்.. தன் காதலையும்.. தன் முன் நிறுத்திப் பேச ஆரம்பித்த நொடிதனிலேயே அவன் பிளாட்.. எப்பொழுது இவள் நீண்ட உரையை முடிப்பாள்.. எப்பொழுது இவளை அள்ளி அணைத்து இதழ் பதித்திடுவோம் என அவன் கரங்களும் அதரங்களும் துடிக்க.. சற்று நேரம் அதை கைஅமர்த்தி.. வேறு முடிவை எடுத்தான் பாவி பய..

(ரொம்ப அலைய விட்றான்..)

ரிஷி, "எழில்.. எனக்குக் கொஞ்சம் டைம் வேணும்.. சாரி.. பாய்.. நீ வீட்டுக்கு போ.. "என்று ஒரே ஓட்டமும் நடையுமாக வீட்டை அடைந்தான்..

"ரொம்ப நல்லா பேசுற.. பரவால்ல.. இன்னிக்கு ஒரு நாள் இப்டியே இருந்துக்கோ.. நாளைக்கு எப்படியும் பார்க்ல

ஜாகிங் வரும் போது என்கிட்ட தான வருவ.. அதுக்கப்புறம் என்கிட்ட இருந்து போகவே முடியாத அளவுக்கு உன்ன சேத்து கட்டி வச்சுக்குற பேபி.. நவ் வெயிட் டில் தி மார்னிங்.. லவ் யூ

பேபி டால்.. "என்று மனதுக்குள் உரையாடிக்கொண்டே
உறங்குகிறான்..

அடுத்த நாள் காலை..

எழில் வீடு..

வீட்டின் முன்பு ஊரே கூடி நிற்க.. வீடெங்கும் ஒப்பாரி சத்தம்
நெஞ்சைக் கிழித்தது.. சாவு மேளம் வீட்டின் முன்
சாமியானாவில் அமர்ந்திருந்தோரின் அருகில் வாசித்துக்
கொண்டிருந்தார்கள்..
வீட்டு வாயிலில் நடந்து வந்து கொண்டிருந்த ரிஷிக்கு இதயம்
ஈராயிரமாய் கிழிந்தது..
இன்னும் நான் இங்கு ஏன் உயிரோடு இருக்கிறேன் என்பது போல்
துவண்டது அவன் கால்கள்.. அந்த செய்தியைக் கேட்ட பிறகு..

 "அய்யோஒஒ.. ஏன் டி இப்டி... போய்ட்டியே.. அம்மாவ
விட்டுட்டு போய்ட்டியே டி எழிலு.. அவ்ளோ அவசரமா டி
உனக்கு.. அம்மாட்ட வந்துரு எழிலு.. கண்ண தொரடி ஏன்
ராஜாத்தி.. என் பொண்ணு ஒருத்தருக்கும் கேடு
நெனைச்சதில்லையே..
இப்டி என்ன அனாதையா விட்டுட்டு போய்ட்டியே.. "

அவளவுதான்.. ரிஷிக்கு பூமி சுழல்வது நின்றது.. அவன்
செவிகளை எந்த ஒலியும் தீண்டவில்லை.. செவிகள் இருந்தும்
செவிடன் ஆனான்.. பார்வை மங்கியது.. கண்கள் இருந்தும்
குருடனானான்.. நடக்கக் கால்கள் இருந்தும் ஊனமானான்..
வீட்டு வாசலில் நின்றவன் அங்குக் கிடத்தி இருந்த எழிலின்
சடலத்தைக் கண்டு நிலைகுலைந்து அங்கேயே சரிந்தான்.

சில கைகள் தன்னை தாங்கி பிடித்தது போல் இருந்தது.. மெல்ல மெல்லக் கண்கள் இருண்டது.. எத்தனை நேரமோ.. எப்படிக் கிடந்தானோ.. எங்குக் கிடந்தானோ.. தெரியவில்லை.. கண் முழித்தான்.. எதோ அறையில் கிடத்தப்பட்டிருந்தான்..

" நான் வாழும் இந்த நொடி என்னோடு என் வாழ்க்கையைப் பகிர.. என் உயிரானவள் உடன் இல்லை என்னும் நிதர்சனம்... என்னை அனுக்கூணமும் வதைத்தது.. இது கனவாக இருந்து விடக் கூடாதா.. இதுவரையிலும் என் காதலைக் கூட அவளிடம் சொல்ல வில்லையே.. ஐயோ.. இது என்ன கொடுமை.. நான் அவளை எத்தனை நேசித்தேன் என்பதை.. அவளை விட அழகிய வார்த்தைகள் கோர்த்துச் சொல்ல எண்ணினேன்.. இது என்ன நேர்ந்துள்ளது..
ஆண்டவா.. என்ன இது.. அவளை இனி ஒரு முறை கண்டுவிட மாட்டேனா.. இனி ஒரு முறை அவளை ஸ்பரிசிக்க மாட்டேனா.. இனி ஒரு முறை அவள் அழகு கொஞ்சும் முகத்தைக் கையில் ஏந்திட முடியாதா.. இனி ஒரு முறை அவளை அணைத்திடும் வாய்ப்பு கிடையாதா.. ஐயோ.. என்ன நடக்கிறது.. என்னோடு அவள் விளையாடுகிறாளா.. அவள் இல்லை...
இல்லையா.. அய்யோஓஓ.. இனி அவள் இல்லை.. இல்லை என்றால்.. அவள் என்னை இனி வந்து செல்லமாக இம்சை செய்ய மாட்டாளா.. ஆண்டவா.. எல்லையில் நின்று எத்தனையோ இறப்பைக் கண்டதுண்டு.. இவள் ஏன் என்னை உயிரோடு புதைத்து விட்டாள்.. அவளை ஒரு முறையாவது கண்டுவிட மாட்டேனா.. ஒரே ஒரு முறை அவள் சிரிப்பதை என் கண்களுக்குள் நிறைத்துவிட முடியாதா.. என் செய்வேன்.. அவள் இல்லை.. ஏன் இல்லை.. எங்குச் சென்றாள்.. நானும் உடன் வரவா.. எங்கு வந்தால் உனை மீட்டு வர இயலும்.. இல்லை..

இல்லை... இல்லை.. அவள் இல்லை.. "என்று அவனுக்குள் அவன் மனம் சிதைந்து கொண்டிருந்தது அவளோடு வாழ நினைத்த கனவுகளோடு சேர்ந்து.

மெல்ல வெளியே வந்தான்.. "ஏன் அவள் இறந்தாள்.. பாதகி.. என்னை விட்டுவிட்டுச் சென்று விட்டாளே.. என்னைக் கல் என்றாள்.. அவள் மனம் தான் கல்லோ.. அவள் தற்கொலை செய்து கொண்டாளோ... அப்படியானால் ஏன்.. என்னை அணு அணுவாய் ரசித்து.. என்னை.. என்னை விடவும் அதிகம் என்னை அறிந்தவளுக்கு.. நான் அவள் மீது கொண்ட அலாதி அன்பு தெரியவில்லையா.. என் காதல் அவள் கண்களுக்குத் தெரிந்ததே.. பின்பு ஏன்..?..
என்னைப் பித்தன் ஆக்கிப் போய்விட்டாள்..

ராட்சஷி.. இப்படி என் இதயத்தை உயிருள்ள பொழுதே அறுத்து எரிந்தாயே.. "

.
.
.

போலீஸ் வீட்டில் சூழ்ந்து நின்றது.. உடன் ஒரு பதின்வயது பெண்.. உடலில் அங்கங்கு காயங்களோடு.. தலையில் தையலிட்டு கட்டுப் போட்டிருந்தாள்.. "என்ன நேர்ந்ததோ அவளுக்கு.. என்னவள் ஏன் இறந்தாள்.. இவர்களிடம் பதில் இருக்குமோ..? "

அதற்கான பதிலை அவர் கூறிய பொழுது.. அந்த சின்ன பெண் கதறி அழுதாள்..
ஆம் அவள் அஞ்சலி..

ரிஷி அவளை விட்டுச் சென்றதும், அவனுடனான அன்றைய
நினைவுகளை அலசியபடி அங்கு இருந்த பூங்காவில் தனியாக
உலவிக்கொண்டு இருந்தாள் எழில்
சற்றுநேரத்திற்கெல்லாம் ஏதோ விபத்து ஒன்று நடந்தது போல்
சத்தம் கேட்கவும் வெளியே பார்த்திருக்கிறாள்.
அந்த வழியாக வந்த கார் ஒன்று மரத்தில் மோதி நின்றது..
உள்ளே காயங்களுடன் அந்த சிறு பெண் அஞ்சலி இருக்க..
அவளுக்கு உதவச் சென்றவள் தான் நம் எழில்..

அஞ்சலி கதறி அழுதுகொண்டு.. பயத்தில் நடுங்க.. அவளை
விசாரித்த பொழுதுதான்.. தெரியவந்தது.. அவளைச் சூறையாட
நான்கு ஆண் மிருகங்கள் அவளைத் துரத்துவதாகவும்.. அவர்கள்
அவளது நண்பர்கள் தான் எனவும்.. அவர்களிடம் இருந்து
காப்பாற்றும் படி மன்றாடி இருக்கிறாள்..

அதன் விளைவு தான்.. எழில் இங்கு குற்றுயிரும் குலையுறும்
ஆகி அமைதியாய் சொப்பனம் காண்கிறாள் போலும்..

அமைதி கொண்டவள் முகத்தில் எதோ ஒரு வெற்றி புன்னகை
இருக்கிறதே.. என்ன செய்து விட்டாள் இந்த பைத்தியக்காரி..
ஒன்றும் விளங்கவில்லையே..

அதற்கும் அந்த காவலர் பதில் அளித்தார்.. செவிகளைத் தீட்டிக்
கேளுங்கள்..
என் தேவ லோக கன்னிகை.. என் கதையின் நாயகி.. என் வீர
மங்கை அவள்.. அந்த ஈனப் பிறவிகள்.. நான்கு பேரைச்
சாய்த்துவிட்டாள்.. அந்த கயவர்களின் பசியை.. இவள்
செங்குருதி புசித்துத் தீர்த்துவிட்டாள்.. கையில் என்ன

கிடைத்ததோ.. எதைக் கொண்டு கொன்றாலோ.. அந்த மிருகங்கள் அவளையும் தொடவில்லை.. அஞ்சலியையும் தொட விட வில்லை அவள்...

அந்த காம காட்டேறிகள் சாய்ந்தது.. இறுதி மூச்சை இழுத்துப் பிடித்துக்கொண்டு நின்றிருந்தாள்..

அஞ்சலி, "அக்கா.. வாங்கக்கா ஹாஸ்பிடல் போகலாம்.. வலிக்குதாக்கா.." என்று கதற.

ரத்தம் பெருக்கெடுக்க இடையைத் தழுவி இருந்த கத்தியை பிடுங்கி இருந்தவள்.. மனம் நிறைந்த மகிழ்வுடன் ஒரு புன்னகை சிந்திவிட்டு, "இல்ல டா.. எனக்கு வலிக்குல.. நீ பயப்படாத.. ஒன்னும் இல்ல.. நீ சீக்கரம் ஹாஸ்பிடல் போ.. நா வந்துர பின்னாடி.. "

"அக்கா வந்துருவீங்களா.. எனக்குப் பயமா இருக்கு.. வாங்க நீங்களும்.. போலாம்.. உங்கள விட்டுட்டு போக மாட்ட.. "
"அட ஒன்னு இல்ல டா மா.. சின்ன வலி தான்.. நீ சீக்கரம் போ.. தலைல ரத்தம் கொட்டுது பாரு.. "

"சரி கா.. இருங்க நான் யாரையாச்சும் இங்க பக்கத்தில இருந்தா கூட்டிகிட்டு வர.. நீங்க இங்கேயே இருங்க.. "

"ஒரு நிமிஷம் டா மா.. எனக்கு ஒரு உதவி செய்வியா.?? "

"சொல்லுங்கக்கா.. "என்று தவிப்புடன் கேட்க.

" நாளை பின்ன நீ என்ன பாக்க வந்தா.. அப்போ ஒரு வேலை என்னால பேச முடியாத சூழ்நிலை இருந்தா..

அங்க என் பக்கத்துல ஒருத்தர் இருப்பாரு.. ரிஷினு.. அவர்கிட்ட சொல்லிரு.. நான் சிப்பாயின் காதலினு.. "என்று அப்படியொரு மகிழ்ச்சியில்.. மயங்கிச் சரிந்தாள்..

ஆம் அவள் சிப்பாயின் காதலி..

காதல் சொல்லப் பட வில்லை தான்.. ஆனால் அதை உணர்ந்து வாழ்ந்த தருணங்களை மட்டும் எண்ணிக்கொண்டு ஒருவன் அவன் வாழ்க்கையை நோக்கிப் பயணிக்கிறான்..

தாமதம் என்பது.. எவ்வகையில்.. எவ்விதத்தில்.. எப்படிப் பாதிக்கும் என்பது காலத்தின் முடிவு.. அந்த கடவுளின் முடிவு.. காதலில் மட்டும் அல்ல.. நண்பர்கள், பெற்றோர்கள், உறவினர்கள்.. என அனைவரிடமும் அன்பு பாராட்டத் தாமதிக்காதீர்கள்..

மன்னிப்பு.. அன்பு.. காதல்.. நட்பு.. இன்னும் பல உணர்வுகள்.. எப்பொழுது வெளிப்படுத்த வேண்டுமோ அப்பொழுதே வெளிப்பதினால் தவறில்லையே..
நேரம் தாழ்த்தி, தவறிய உணர்வுகளையும் உறவுகளையும்.. பார்க்கத்தான் செய்கிறோம்..
தவறிய பிறகு வருந்தி பயனில்லை..

"அடுத்த நிமிஷம் நிச்சயம் இல்லாத வாழ்க சார் இது.. முடிஞ்ச அளவுக்கு அன்ப பகிருங்க.."

****

பிரிவோம்_சந்திப்போம்..

-சக்தி பாஸ்கரன்

www.ingramcontent.com/pod-product-compliance
Lightning Source LLC
LaVergne TN
LVHW031033180726
843490LV00009B/3257